સાહસિકો

મિહિર જાગૃતિ વોરા

આ પુસ્તક હું મારા માતા પિતા , મોટા ભાઈ ભાભી અને નાની પ્રિય ભત્રીજી ને અર્પણ કરું છું .

સામગ્રી

પ્રસ્તાવના

આ પુસ્તક માં મારા આજકાલ દૈનિક માં આવેલા મારી કોલમ એક નઝર ના લેખ છે. ૨૦૦૫ થી ૨૦૧૮ સુધી મારા લેખ આ કોલમ માં આવ્યા હતા.

સ્વીકૃતિઓ

આ પુસ્તક માં મારા આજકાલ દૈનિક માં આવેલા મારી કોલમ એક નઝર ના લેખ છે આ માટે હું આજકાલ દૈનિક ના મેનેજમેન્ટ , તંત્રી , ટ્રસ્ટી અને તમામ પત્રકાર અને સ્ટાફ નો આભાર માનું છું .૨૦૦૫ થી ૨૦૧૮ સુધી મારા લેખ આ કોલમ માં આવ્યા હતા.

આ પુસ્તક માટે મેં વિવિધ લેખ આધારિત માહિતી વિકિપીડિયા ,લેખ ને લાગતા આવેલા વિવિધ અખબારી અહેવાલ અને જે તે લેખક ના લેખ ના સંદર્ભ નો સહારો લીધો છે તે સૌ નો હું આભાર માનું છું .

અનુક્રમણિકા

1

કાનજી માલમ

કચ્છી વહાણવટી કાનજી માલમ ની વાતો વિશે બહુ જાણવા મળ્યુ નથી ગુજરાત ના વહાણવટીઓ ના ઇતિહાશ માં કાનજી માલમ નું નામ મોટું છે પણ તેના વિશે બહુ ઓછું સંશોધન થયું છે , વધારે સંશોધન કરવાની જરુર છે .

કચ્છ ના અને ગુજરાત ના અનેક ઇતિહાશકારો અને લેખકોએ આના વિશે લખ્યું છે પણ તેમાં અમુક વાત નો ઉમેરો કરવો જરૂરી છે અહીં માં માહિતી ઉમેરવાની કોશિશ કરી છે વિવિધ સંદર્ભનો ઉપયોગ કરીને જેની નોંધ લેવા વિનંતી છે ..આવો જાણીએ અને માણીએ કાનજી માલમ વિશે .મેં માત્ર માહિતી આપવાનો પ્રયાશ કર્યો છે જેની નોંધ લેવા વિનંતી છે .

કદાચ ગુણવંત આચાર્ય ની દરિયા ની નવલકથાઓ માં આનો ઉલ્લેખ છે તેવું લાગે છે .. જગડુશાહ (ઇ.સ. ૧૨૧૦-૧૨૭૫) અને કાનજી માલમ (ઇ.સ. ૧૪૪૨-૧૫૧૬) જેવા કચ્છી વેપારીઓ અને વહાણવટીઓનાં વૃત્તાંતો બતાવે છે કે તેમણે માત્ર કચ્છની જ નહીં, ગુજરાત અને સમગ્ર ભારતવર્ષની અસ્મિતાને વિશ્વભરમાં દ્રષ્ટિગોચર કરી હતી.

૧૮મા સૈકામાં થઈ ગયેલા દાદા મેકરણ નામના સંતે નીચેનાં કચ્છી કાવ્ય દ્વારા કચ્છની અસ્મિતા આબેહૂબ રીતે વ્યક્ત કરી છે : "ઊંડા ઊંડા સાંયર બંબજલ ભરેઆ, તેમાં મચ્છ વસે બહુ મોટા,વહાણને વીશ રખે ખરાબે, ચડાવો, માલમ થશે સર્વે ખોટા.કેના કેના બેડલાં પેલે તડ પોતા, વણજુ કરી ઘરે વસેલાં,મરજીવા હોઈ મહાસમુદ્રમાં પેઠા, હીરા બોરી વહાણ ભરેલા".

કાનજી માલમનાં સમકાલિન પોર્ટુગીઝ મુસાફર ડુરાટ બાર્બોસાએ ઇ.સ. ૧૫૧૮માં નોંધ્યું હતું તે મુજબ ગુજરાતી અને આરબ વેપારીઓ ગુજરાત ઉપરાંત ઇસ્ફહાન, મસ્કત અને પૂર્વ આફ્રિકામાં ઠેરઠેર ફેલાયા છે અને તેઓ ગુજરાતમાં બનેલા સફેદ બાસ્તા જેવા વસ્ત્રો ધારણ કરે છે.

સંખ્યાબંધ સંસ્કૃત, પ્રાકૃત, અરબી, ફારસી અને ચીની સ્રોતો બતાવે છે કે પ્રાચીન અને મધ્યકાલીન સમયમાં કચ્છી વેપારીઓ અને વહાણવટીઓ કચ્છના જહાજવાડામાં બનેલા વહાણોમાં મીઠુ, અફીણ, ઢાલ, તલવાર, ચપ્પુ, કિનખાબ જાડુ કાપડ, ધાબળા, ઢાલ અને પગરખા જેવી ચીજવસ્તુઓને લાદીને દરિયાપારનાં દેશોમાં જતા અને ત્યાંથી ખજુર, હાથીદાંત, ઘઉં, ચોખા, નારીયેલી, સુકો મેવો, રેશમ અને મરીમસાલા કચ્છમાં ઠાલવતા.

તેઓ પૂર્વ આફ્રિકામાંથી હાથીદાંતની આયાત કરતા, કચ્છમાં તેમાંથી ચૂડા-જેવી વિવિધ ચીજો બનાવતા અને આફ્રિકા અને અન્ય દેશોમાં વેચતા. કચ્છીઓની પૂર્વ આફ્રિકામાં વસાહતો હતી.મહંમદ બેગડા અને કાનજી માલમનો એક સમકાલિન મલિક અયાઝ હતો. તે મહાન નૌકાધિયન્સ અને દીવનો ગવર્નર હતો. તે સમયે ભરુચ અને ખંભાત ઉપરાંત કચ્છનાં ભદ્રેશ્વર, કોટેશ્વર, માંડવી અને મુંદ્રા જેવા બંદરોમાં રહેતા વેપારીઓ અગ્નિ એશિયા, પૂર્વ આફ્રિકા, ઇરાન અને અરબસ્તાનનાં આવેલા જાવા, સુમાત્રા, ઝાંઝીબાર, મોમ્બાસા, મલીન્દી, દારેસલામ, મસ્કત અને એડન જેવા બંદરો સાથે વેપાર કરતા.

તેમાં પણ કચ્છ અને સૌરાષ્ટ્રનાં વહાણવટીઓ ખૂબ કાર્યકુશળ અને અનુભવી ગણાતા. દેશવિદેશમાં તેમનો ડંકો વાગ્યો હતો.. . કાનજી ભદ્રેશ્વર બંદરનો મુસ્લિમ ભડાલા (બનતા સુધી ભાટીયા) ઇસ્માઇલી ખોજા) હતો. ખોજાઓ અસલમાં હિંદુ (લોહાણા અને ભાટીયા) હતા. ૧૨મા સૈકામાં ઇસ્માઇલી નિઝારી ઉપદેશકોની અસર હેઠળ તેઓ ઇસ્લામમાં વટલાયા હતા. સદીઓ સુધી એમનાં રીતરિવાજો હિંદુ જેવા હતા.

વીરજી, કાનજી, શીવજી, ઇબજી, ધનજી અને રૂપજી જેવા નામો પણ એવાં કે નામો પરથી કોઈ માણસ કળી ન શકે કે તે હિંદુ છે કે મુસલમાન. મુસ્લીમ નાવીકો ભડાલા તરીકે અને હિંદુઓ ખારવા તરીકે ઓળખાતા. કચ્છી નાવિકો તો આવા કૃત્રિમ ભેદભાવ રાખ્યા વગર એકબીજાનું ખાતાપીતા અને દરિયાપીર, આશાપુરા અને સીકોતર માતાને શ્રીફળ વઘેરીને તથા પૂજા-આરાધના કરીને વહાણો હંકારતા.તમામ જાતનાં કચ્છીઓને એકસમાન રીતે સાંકળતી સાંકળ કચ્છી ભાષા અને લિપી હતી.

આજે પણ કચ્છી ભાષા વિશ્વભરમાં ફેલાએલા કચ્છીઓની અસ્મિતાનાં પ્રતિકરૂપ છે. કાનજી માલમ કચ્છી હતો. તેની માતૃભાષા કચ્છી હતી. ભદ્રેશ્વર અને માંડવી બંદરો પરથી થઇને તે મસ્કત ઉપરાંત મોમ્બાસા, મલીન્દી, મોગાદીસુ, કીલ્વા, ઝાઝીવાર અને દારેસલામ જેવા બંદરોની સફરે જતો. કચ્છની વહાણવટાની અસ્મિતાનો સૌ પ્રથમ વિશ્વપ્રસિદ્ધ મશાલચી કાનજી માલમ હતો. એ દરિયાઇ પવનો, વહાણોની દિશા, નકશા, અક્ષાંસ-રેખાંશ અને

વહાણવટાનાં ચાર્ટસનો નિષ્ણાત હતો.

વાસ્કો-દ-ગામાનું વહાણ તેણે પૂર્વ આફ્રિકાનાં કેનિયાનાં બંદર મલિન્દીથી મલબાર કિનારાનાં કાલિકટ બંદર સુધી હંકાર્યું હતું. એ પોર્ટુગીઝ મુસાફર અને તેનાં કાફલાને આફ્રિકાનાં કેપ ઓફ ગુડ હોપની પ્રદક્ષિણા કરીને કાલિકટ બંદર લઇ આવ્યો હતો. ત્યાર બાદ ૧૬મા સૈકામાં પોર્ટુગીઝોએ હિંદી મહાસાગર અને રાતા સમુદ્રમાં દરિયાઇ સાર્વભૌમત્વ પ્રાપ્ત કરીને વિશ્વનાં ઇતિહાસને બદલ્યો હતો.

જો વાસ્કો-દ-ગામાની જેમ કાનજી માલમને રાજ્યાશ્રય મળ્યો હોત તો ઇતિહાસ કાંઈ જૂદો જ હોત. ગમે તેમ, પણ વિશ્વનો દરિયાઇ નકશો બદલનાર કચ્છી વહાણવટી કાનજી માલમ હતો.કચ્છી જૈન, ભાટીયા, લોહાણા, ખોજા, વહોરા અને મેમણ વેપારીઓ તે સમયે મસ્કત, રોકોત્રા, એડન, માડાગાસ્કર, કિલ્વા, મલિન્દી અને મોગાદીસુ જેવા બંદરો અને ટાપુઓ સાથે વ્યાપારી ઘરોબો ધરાવતા હતા. ગુજરાતીઓ તો છેક પ્રાચીન કાળથી પૂર્વ આફ્રિકા જતા હતા. તેઓ ત્યાંનાં બંદરોને 'કાલીય દ્વીપ' તરીકે ઓળખતા. ત્યાર બાદ આરબોએ પૂર્વ આફ્રિકામાં પ્રવેશ કર્યો અને ૯મા સૈકામાં તેઓ તેનાં શાસક બની બેઠા.

કાનજી માલમ તેની એક સફર વખતે પૂર્વ આફ્રિકાના બંદરોમાં ગયા ત્યારે તેનો શાસક શેખ અહમદ નામનો આરબ હતો. તે સમયે અનેક આરબો ભરૂચ, ભદ્રેશ્વર, ખંભાત, સોમનાથ, ખંભાત અને માંડવી જેવા બંદરોમાં રહીને વેપાર કરતા હતા. આરબ વેપારીઓનું મહત્વ પીછાનીને તો જગડુશાહે ભદ્રેશ્વરમાં અને વસ્તુપાલે ખંભાતમાં મસ્જિદો બાંધી હતી. આમ કાનજી માલમનાં પૂર્વ આફ્રિકા સાથેનો સંબંધ અકસ્માતરૂપ નહોતો. તેની પાછળ ઐતિહાસિક હકીકતો હતી.

આવા સંજોગોમાં જ્યારે વાસ્કો-દ-ગામા પોર્ટુગલનાં લિસ્વન બંદરથી રવાના થઇને તા. ૧૪ એપ્રિલ ૧૪૯૮ના રોજ મલિન્દા બંદર પહોંચ્યો તે સમયે કાનજી માલમ આરબ રાજા શેખ અહમદનો વિશ્વાસુ વહાણવટી હતો. . મલિન્દી બંદરનાં આરબ શેખનાં કહેવાથી કાનજી માલમ વાસ્કો-દ-ગામાનાં નૌકા કાફલા સાથે મલિન્દીથી તા. ૨૪ એપ્રિલ ૧૪૯૮ના રોજ ઉપડયો. તે પોતાની પાસે ચતુષ્ક્રોણિય યંત્ર, મેરીનર્સ કંપાસ, આલેખો અને દરિયાઇ નકશાઓ લઇને રવાના થયો હતો.

એણે વિશ્વના ઇતિહાસમાં પહેલી વખત દક્ષિણ આફ્રિકામાં આવેલા કેપ ઓફ ગુડ હોપની પ્રદક્ષિણા કરી અને ત્યાંથી તે વહાણ હંકારીને મલબાર કિનારે આવેલા કાલિકટ બંદરમાં તા. ૨૦ મે ૧૪૯૮ના રોજ પહોંચ્યો. કેરાલા રાજ્યમાં આવેલું કાલિકટ બંદરનું નામ હવે 'ક્રોમીકોડ' છે. તે સમયનાં ઝામોરીન રાજાએ કાનજી માલમ અને વાસ્કો-દ-ગામા અને તેનાં પોર્ટુગીઝ કાફલાનાં

વહાણવટીઓ અને વેપારીઓને આવકાર્યા.

કચ્છી વેપારીઓ તો તેની સદીઓ પહેલાં કચ્છના બંદરોથી ઉપડીને કાલિકટ સુધી પહોંચી જતા પણ વાસ્કો-દ-ગામાને સીધા દરિયાઈ માર્ગ દ્વારા કાલિકટ લાવનાર સૌપ્રથમ કાનજી માલમ હતો. કાનજી યુરોપીયન વહાણવટી વાસ્કો-દ-ગામાના વહાણને કાનજી માલમ મલબાર કિનારે કાલિકટ બંદર લઈ આવ્યો હતો.. એલેક્ઝાન્ડર બર્ન્સ નામનો અંગ્રેજ તેનાં સમયનાં વીરજી માલમ જેવા વહાણવટીઓનાં પરિચયમાં આવ્યો હતો તેણે ૧૮૩૪માં લખ્યું 'યુરોપિયનોને એ જાણીને નવાઈ લાગશે કે કાનજી માલમ અને રામસિંહ માલમ જેવા વહાણવટીઓ દરિયાપારનાં દેશોમાં ધૂમતા હતા.

કચ્છ અને સૌરાષ્ટ્રનાં વહાણવટીઓ ચતુષ્કોણીય યંત્રોનો, આલેખનો (ચાર્ટ્સ) અને નકશાઓનો ઉપયોગ કરીને તેમનાં વહાણો આજે (૧૮૩૪) પણ હંકારે છે. તેના નમૂનાઓ ઉપલબ્ધ છે.'જર્મન જસ્ટસ સ્ટ્રેન્ડસએ ૧૮૯૯માં લખ્યું હતું : 'વાસ્કો-દ-ગામાનાં વહાણો લિમ્બન બંદરથી મલિન્દી આવ્યાનાં નવ દિવસ બાદ મલિન્દીમાં રહેતા 'માલમ 'કાનાકવા' (કાનજી માલમ) નામના ભારતીય સુકાનીએ તેનું વહાણ હિંદી મહાસાગરમાં હંકાર્યું હતું.

તે સહીસલામત રીતે પોર્ટુગીઝ કાફલાને મલિન્દીથી કાલિકટ લઈ આવ્યો હતો.'એફ.બી. પીયર્સ નામના અંગ્રેજે ૧૯૨૦માં લખ્યું 'હું ખાતરીપૂર્વક કહું છું, કે કચ્છનાં રહેવાસી કાનજી માલમે મલિન્દી બંદરથી વહાણ હંકાર્યું હતું અને તે હિંદી મહાસાગર તથા કેપ ઓફ ગુડ હોપ ઓળંગતો ઓળંગતો મલબાર કિનારાનાં કાલિકટ બંદરે પહોંચ્યો હતો. વાસ્કો-દ-ગામાને એણે દરિયાઈ માર્ગ બતાવ્યો હતો.

સિંથિયા સલ્વાડોરી નામનાં ઇટાલીયન ઇતિહાસકાર તેમનાં સંશોધન માટે જ્યારે ૧૯૮૯-૯૧માં પૂર્વ આફ્રિકા ગયા ત્યારે તેઓ મોમ્બાસામાં કાનજી માલમના વંશજો યાકુબ અબ્બાસ કાના અને ઇસાક કાનાને મળ્યા ત્યારે તેમણે સિંથિયા સલ્વાડોરીને વંશાવલી તથા નકશાઓ દેખાડયા હતા. તેમણે કહ્યું : 'અમે કાનજી માલમનાં વંશજો છીએ. દરિયાઇ સફરનું લોહી આજે પણ અમારી નસોમાં વહે છે. અમે વહાણવટી છીએ.

અમારા પૂર્વજોની જેમ અમે પણ દરિયાઇ સફર કરતાં પહેલાં દરિયાપીર, સિકોતર અને આશાપુરાની આરાધના કરીએ છીએ.' ગુજરાત ના ગણા લોકો આના વિશે નથી જાણતા તેમને માટે આ એક વિશેષ માહિતી સભર લેખ છે તેવું મારું માનવું છે આમ ખરેખર કાનજી માલમ વિશે હજી પણ સંશોધન કરવાની જરૂર છે , યુનિવર્સીટી માં પીએચડી ઈન ઇતિહાસ માં આના વિશે સંશોધન ની જરૂર છે તેવું મારું માનવું છે

સંદર્ભ :કચ્છ- (ગુજરાત સમાચાર)- ડૉ. મકરન્દ મહેતા, વિકીપિડીયા , કચ્છ નો ઇતિહાસ શ્રી ઉમિયા શંકર અજાણી, શ્રી નરેશ ભાઈ અંતાણી , શ્રી કીર્તિ ભાઈ ખત્રી , શ્રી હરેશ ભાઈ ધોળકિયા ના વિવિધ લેખો આધારિત માહિતી ,

2
જયરામ શિવજી

કચ્છી વહાણવટી કાનજી માલમ ની વાતો વિશે બહુ જાણવા મળ્યુ નથી ગુજરાત ના વહાણવટીઓ ના ઇતિહાશ માં જયરામ શિવજી નું નામ મોટું છે પણ તેના વિશે બહુ ઓછું સંશોધન થયું છે , વધારે સંશોધન કરવાની જરુર છે . કચ્છ ના અને ગુજરાત ના અનેક ઇતિહાશકારો અને લેખકોએ આના વિશે લખ્યું છે પણ તેમાં અમુક વાત નો ઉમેરો કરવો જરૂરી છે અહીં મેં માહિતી ઉમેરવાની કોશિશ કરી છે વિવિધ સંદર્ભનો ઉપયોગ કરીને જેની નોંધ લેવા વિનંતી છે .

આવો જાણીએ અને માણીએ જયરામ શિવજી વિશે .મેં માત્ર માહિતી આપવાનો પ્રયાશ કર્યો છે જેની નોંધ લેવા વિનંતી છેકચ્છના સાહસિક જયરામ શિવજી ની બેકિંગ પેઢી આફ્રિકાનાં ઝાંઝીબાર સુધી વિસ્તરી હતી. કચ્છના અનેક સાહસિક વેપારી અને વહાવટીઓએ સદીઓ પહેલાં દુનિયાના ખુણે ખુણે વેપાર વિસ્તાર્યો હતો.

એવા જ એક સાહસિક વેપારી જયરામ શિવજીની પેઢીના ઝંડા દરિયાપાર લહેરાતા હતા. સાંકળબંધ ગુલામો : ગુણવંતરાય આચાર્યની નવલકથા 'દરિયાલાલ'માં રુવાડાં ઉભાં કરી નાંખે તેવાં ગુલામોના કમકમાટીભર્યા વર્ણનો છે.

કચ્છ પ્રદેશ તેજસ્વી વેપારી, સાંસ્કૃતિક અને લશ્કરી પરંપરા ધરાવે છે. કચ્છ ગુજરાતનો સરહદી જિલ્લો છે અને તે પાકિસ્તાનને અડકે છે. કચ્છી બોલી ગુજરાતી કરતાં પણ સિંધિ બોલીને વધારે મળતી આવે છે. નૌકાદલ અને લશ્કર વ્યૂહની દ્રષ્ટિએ કચ્છ, કચ્છનો અખાત અને અરબી સમુદ્ર ગુજરાત અને સમગ્ર દેશ માટે કપરી કસોટીરૂપ છે.

કચ્છ ગુજરાતની વ્યાપારી અસ્મિતાનું પ્રતિક છે. વળી દેશનાં રક્ષણની દ્રષ્ટિએ પણ કચ્છ જિલ્લો નિર્ણાયક છે. કચ્છને કુદરતે લાંબો દરિયાઈ કિનારો

અને જ્યાં ઊંટ અવરજવર કરી શકે તેવું વિશાળ રણ આપ્યું છે. કચ્છી પ્રજા સાહસીક, ખડતલ અને અત્યંત સ્વમાની છે. હાલમાં જ્યાં કચ્છનું રણ છે,

ત્યાંથી આજથી ૫૦૦૦ વર્ષ પહેલાં દરિયો હતો અને સરસ્વતી નદી પણ છેક હિમાલયથી વહેતી કચ્છને મળતી હતી. કચ્છ ખડીટમાં આવેલું ધોળાવીરા તે સમયે લોથલની જેમ જ આંતરરાષ્ટ્રિય બંદર હતું.

કચ્છની આ પરંપરામાં ભદ્રેશ્વરનાં જૈન વેપારી અને દાનેશ્વરી (૧૨૧૦-૧૨૭૫) થઈ ગયા. તેઓ ઈરાન અને અરબસ્તાન સાથે વેપાર કરીને ગુજરાતમાં અઢળક વિદેશી હૂંડીયામણ ફસડી લાવતા હતા.

એ જ પ્રમાણે કચ્છે કાનજી માલમ અને રામસિંહ માલમ જેવા વિશ્વવિખ્યાત વહાણવટીઓ ઉત્પન્ન કર્યા છે. પોર્ટુગીઝ વહાણવટી વાસ્કો-ડી-ગામાને ૧૪૯૭માં પૂર્વ આફ્રિકાનાં મલીન્દી બંદરથી કેરાલાનાં મલબાર કિનારે લઈ આવનાર કાનજી માલમ (૧૪૬૯-૧૫૨૫) હતો.

ત્યારબાદ ૧૮મા સૈકામાં કચ્છ-ભૂજમાં યુરોપિયન ટેકનોલોજીને આધારે લોખંડ અને કાચનો ઉદ્યોગ શરૂ કરનાર રામસિંહ માલમ (૧૭૦૨-૧૭૭૩) હતો. આ પરંપરામાં અત્રે જયરામ શિવજીની બેંકિંગ અને વ્યાપારી પેઢીની વાત કરવામાં આવી છે. આ એક સાહસકથા છે. તેની વાત સુંદરજી બેટાઈની નીચેની કૃતિ દ્વારા કરી

"અલ્લાબેલી, અલ્લાબેલી, જવું જરૂર છે, બંદર છો દૂર છે!
ફૂંગોળે તોફાની તીખારા વાયરા
મૂંઝાયે અંતરના હોયે જે ડાયરા
તારા હૈયામાં જો સાચી સબૂર છે છો ને બંદર દૂર છે,
બેલી તારો, બેલી તારો, બેલી તારો તું જ છે!"

જયરામ શિવજી કચ્છના મુંદ્રા બંદરમાં ૧૭૦૩માં જન્મ્યા હતા. પણ તેઓ લાંબી પ્રાદેશિક અને જ્ઞાતિય વ્યાપારી પરંપરાનાં વારસદાર હતા. તેમનાં કુટુંબનાં આદ્યપુરુષ ટોપણ શેઠ (૧૫૯૬-૧૬૬૨) મૂળ સિંધના થઠા જિલ્લામાં આવેલા કેટી બંદરના અધિકારી અને વ્યાપારી હતા. તેમનું મહત્વ પીછાનીને કચ્છનાં મહારાવ ભારમલજીએ એમને કચ્છમાં વસવાટ કરવાનું આમંત્રણ આપતાં એમણે કેટલાક વેપારીઓ સામે ૧૬૨૨માં સિંધમાંથી કચ્છમાં સ્થળાંતર કર્યું અને રાજ્યની મદદથી માંડવી બંદરને વિકસાવ્યું.

તેની સાથે એમણે એમની પેઢી વિકસાવીને માંડવી, મસ્કત અને ઝાંઝીબાર વચ્ચે વિદેશ વેપારનું નેટવર્ક વિકસાવ્યું. જહાંગીર અને શાહજહાંના સમયમાં એમણે આ બંદરોમાં પુષ્ટિમાગી મંદિરો બંધાવ્યા. મથુરાદાસ લવજી નામના વિદ્વાને ૧૮૮૩માં રચેલ ગ્રંથ "ભાટિયાઓની કુળકથા" મુજબ ભાટિયા

વેપારીઓ અને શરાફો મસ્કત અને ઝાંઝીબારમાં પોતાની વસાહતો સ્થાપીને રહેતા હતા.

મસ્કત ઉપરાંત મતબા, અબુશેરા, ભારન, ગ્વાદ, મહલ્લા, હફીદા અને મશવા જેવા આરબ શહેરોમાં ઘર બાંધીને રહેતા હતા. કોસ્ટન નેબુહર નામનો ડેન્માર્કનો વેપારી ૧૭૬૫માં હિંદી મહાસાગરના પ્રદેશોમાં ઘૂસી વળ્યો હતો અને તેણે મસ્કતમાં ટોપણ શેઠનાં વંશજો પરશોત્તમ અને હીરજીને તથા તેમનાં ભાટીયા મુનીમો, ગુમાસ્તાઓ અને સૈનિકોને જોયા હતા.

ઓમાનના સુલતાનો તે સમયે મસ્કત બંદરના કસ્ટમ્સ કલેક્શન માટે હરાજી કરતા અને જે પૈસા બોલીને રાજ્યની તિજોરી વધારે ભરે તેને કસ્ટમ્સની મોનોપોલી આપવામાં આવતી હતી. આરબ પ્રજા પણ શૂરવીર તો હતી જ, પણ બંદરનું સંચાલન કરવા જે નાણાકીય સૂઝ અને બીઝનેસ સ્ટ્રેટેજ જોઈએ તે તેમનામાં નહોતી.

તેથી મસ્કત અને ઝાંઝીબાર બંદરો ઉપર ઈજારો જયરામનાં દાદા ટોપણ શેઠ બીજા (૧૭૨૦-૧૭૮૨) અને પિતા શિવજીના (૧૭૬૪-૧૮૩૬) ઉપરાંત રતનશી ભીમાણી અને વીસનજી હરિદાસ જેવા ભાટીયાઓનાં હાથમાં રહેતો. ટોપણ શેઠ બીજા કચ્છનાં મહારાવ લખપતસિંહનાં (૧૭૪૨-૧૭૬૦) વિશ્વાસુ બેંકર હતા.

જયરામ શિવજીનાં હાથમાં ૧૮મા સૈકાની શરૂઆતમાં કૌટુંબીક પેઢીનું મેનેજમેન્ટ આવ્યું તે પહેલાંની આ વાત છે. મુદ્દો એ છે કે દરિયાએ કચ્છીઓને વિશાળ દિલ-દિલેરી અને સાહસવૃત્તિ બક્ષ્યા છે તો સુકાભટ્ઠ રણે કચ્છીઓને ખડતલ અને આત્મ-વિશ્વાસુ બનાવ્યા છે. તેણે આજની કોવીડ મહામારી તથા અન્ય વાસ્તવિકતાઓ અને વિષમતાઓ સામે લડીને અસ્તિત્વ ટકાવી રાખવાનું તેમજ 'દીલખુશ' રહેવાનું શીખવ્યું છે. જયરામ શિવજી (૧૭૬૩-૧૮૬૭) અને તેમનાં મહાન મુનિમ લધા દામજીએ (૧૭૮૯-૧૮૭૨) આ પરંપરા ઝીલી હતી.

શાંતિદાસ ઝવેરી, હીમાભાઈ વખતચંદ, હઠીસિંહ કેસરીસિંહ, રણછોડલાલ છોટાલાલ, બેચરદાસ લશ્કરી, અંબાલાલ સારાભાઈ અને કસ્તૂરભાઈ લાલભાઈ જેવા અમદાવાદનાં શેઠીયાઓ, વેપારીઓ અને ઉદ્યોગપતિઓ કરતાં જયરામ શિવજી જેવા કચ્છનાં વેપારીઓ અને ઉદ્યોગપતિઓ કઈ રીતે અને કયાં કારણોસર તદ્દન જૂદાં પડે છે તે વાત સાથે જ સમજવા જેવી છે.

જયરામ શિવજી અને લધા દામજીની વિદેશની કારકિર્દી વિશે હવે પછી વાત કરીશું. તેઓ બેંકિંગ ઉપરાંત હાથીદાંત અને આફ્રિકન ગુલામોનાં વેપાર દ્વારા તેમજ રિચાર્ડ બર્ટન તથા જોન સ્પેક જેવા યુરોપિયન શોધકોને નાણાં ધીરીને અઢળક દ્રવ્ય કમાયા હતા.

જયરામ શિવજી (૧૭૯૩-૧૮૩૬) કચ્છની લડાયક વ્યાપારી ભાટિયા જ્ઞાતિમાં જન્મ્યા હતા. ભાટિયાઓનાં ઈતિહાસનાં દસ્તાવેજો બતાવે છે કે તેઓ મૂળ અફઘાનિસ્તાન, પેશાવર અને લાહોરમાં શાસકો તથા સૈનિકો હતા.

ત્યાંથી તેઓ આઠમા સૈકામાં સિંધમાં માઈગ્રેટ થયા અને ત્યાંથી ૧૩મા સૈકામાં કચ્છ પહોંચી ગયા. અહીં એમણે ૧૭મા સૈકામાં પુષ્ટિમાગી વૈષ્ણવ સંપ્રદાય અપનાવતાં તેઓ લશ્કરી પ્રવૃત્તિમાંથી અહિંસાને વરેલી વ્યાપારી પ્રવૃત્તિ તરફ વળ્યા. પણ તેમનું અસલી ''ક્ષાત્ર લોહી'' ચાલુ રહ્યું હોવાથી તેઓ હિંદ

મહાસાગરમાં જ્યારે ઘૂમે ત્યારે બંદૂક, તલવાર અને ભાલા રાખતા અને ભલભલા આરબ અને યુરોપીયન ચાંચીયાઓને દરિયાઈ યુધ્ધોમાં મારીને એમનો કચ્ચરઘાણ કાઢી નાંખતા.

ગુણવંતરાય આચાર્યની ૧૯૩૮માં પ્રસિદ્ધ થયેલી નવલકથા 'દરિયા લાલ'માં ટોપણ શેઠ અને જયરામ શિવજી જેવા ભાટિયા વેપારીઓનાં સૈનિકો ભરદરીયે જીવસટોસટની લડાઈ લડીને દુશ્મનોને પાણીમાં ઢાળી દેતા. દરિયાના ખારા પાણીમાં ભેળવી દેતા હતા

''ખારાં ખારાં ઉસ જેવા આછાં-

આછાં તેલ

પોણી દુનિયા ઉપર એવાં પાણી રેલમછેલ...

ઊંડો-ઊંડો ગજબ ઊંડો, માણસ ડૂબે, ઘોડા ડૂબે

કિલ્લાની કિનાર ડૂબે, મહેલના મિનાર ડૂબે!

તાડ જેવા ઝાડ ડૂબે, મોટા-મોટા પહાડ ડૂબે!

ગાંડો થઈને રેલે તો તો, આખી દુનિયા જળબંબોળ જળબંબોળ!''

જયરામ શિવજી પૂર્વ આફ્રિકાના ''રોજસ ચાઈલ્ડ'' તરીકે ઓળખાતા હતા. જેવી રીતે જર્મનીના યહૂદી બેંકર રોજસ ચાઈલ્ડે તેનું સામ્રાજ્ય યુરોપમાં ફેલાવ્યું હતું. તેવી રીતે જયરામ શિવજી અને લઘા દામજીએ તેમનું કચ્છી-ગુજરાતી બીઝનેસ એમ્પાયર મસ્કત અને ઝાંઝીબારમાં સ્થાપ્યું હતું.

ગુજરાતે હજારો વર્ષથી અહિંસા અને સહિષ્ણુતાને આધારે દરિયાઈ સંસ્કૃતિ ખીલવી હોવા છતાં આપણે તેને વિશે સભાન નથી. આજે જયરામ શિવજી (૧૭૯૩-૧૮૬૭) અને એમની વ્યાપારી અને બેંકિંગ પેઢીના એક્ઝીક્યુટીવ મેનેજર લઘા દામજીનું (૧૭૯૯-૧૮૭૧) નામ પણ કોઈએ નહીં સાંભળ્યું હોય.

પરંતુ યાદ રહે કે રણછોડલાલ છોટાલાલ, જમશેદજી તાતા, કસ્તૂરભાઈ લાલભાઈ અને અંબાલાલ સારાભાઈ જેવા મુંબઈ-અમદાવાદનાં મોટા ઉદ્યોગપતિઓનો જન્મ પણ થયો નહોતો ત્યારે ઝાંઝીબાર ટાપુ અને પૂર્વ

આફ્રિકાનાં કીલ્વા, મલીન્દી, મોગાદીસુ, દારેસલામ, મોમ્બાસા, નૈરોબી, પેમ્બા અને લાપુ જેવા પૂર્વ આફ્રિકાના બંદરોમાં કચ્છી ભાટીયા, લોહાણાની વસાહતો વસાવનાર મુંદ્રા બંદરમાં જન્મેલા ઉપરોક્ત ભાટિયા સાહસિકો હતા.

તેઓ સ્વાહિલી, અરબી અને અંગ્રેજી ભાષાઓ શીખ્યા અને એ પ્રદેશને વિકસાવ્યો. એમણે પૂર્વ આફ્રિકામાં લવીંગની ખેતી કરીને આરબ શાસકો પાસેથી કસ્ટમ્સની મોનોપોલી સ્થાપીને તથા તેને અનુરૂપ તળપદી બેંકીંગ સિસ્ટીમ વિકસાવી. આ ઉપરાંત તેમણે હાથી દાંતનો આંતરરાષ્ટ્રીય વેપાર કરીને ઝાંઝીબાર અને પૂર્વ આફ્રિકામાં એવો તો દાબ બેસાડયો કે પૂર્વ આફ્રિકાની ૨૦ શિલીંગની પ્રોમીસરી નોટ ઉપર અરબી અને અંગ્રેજી ઉપરાંત "૨૦ શીલીંગ" એમ ગુજરાતી ભાષામાં છપાતુ હતું! ગુજરાતનાં ઇતિહાસની આ વિરલ ઘટના છે.

વળી બીજી મહત્વની વાત એ છે કે જોન હેનિંગ સ્પેક (૧૮૨૭-૧૮૬૪), રિચાર્ડ બર્ટન (૧૮૨૦-૧૮૬૦) અને હેન્રી સ્ટેનલી (૧૮૪૧-૧૯૦૧) જેવા યુરોપિયન શોધકો જ્યારે નાઈલ નદીનું મૂળ તેમજ વિક્ટોરિયા ન્યાન્ઝા જેવા અજાણ્યા સરોવરો શોધવા તેમનાં કાફલા સાથે નીકળી પડયા ત્યારે તેમને નાણાં ધીરનાર બીજો કોઈ અંગ્રેજ, ફ્રેન્ચ કે આરબ વેપારી નહીં પણ આ બે ભાટિયા બેંકરો હતા અને તેમણે ઉદાર હાથે ભૌગોલિક શોધખોળ માટે રકમ ધીરી હતી.

જયરામ શિવજી પૂર્વ આફ્રિકાના "રોજસ ચાઈલ્ડ" તરીકે ઓળખાતા હતા. જેવી રીતે જર્મનીના યહૂદી બેંકર રોજસ ચાઈલ્ડે (૧૭૪૪-૧૮૧૨) તેનું સામ્રાજ્ય યુરોપમાં ફેલાવ્યું હતું. તેવી રીતે જયરામ શિવજી અને લઘા દામજીએ તેમનું કચ્છી-ગુજરાતી બીઝનેસ એમ્પાયર મસ્કત અને ઝાંઝીબારમાં સ્થાપ્યું હતું. એમની પેઢીનાં ૧૦ વહાણો હતા, અને તે હિંદી મહાસાગરનાં દેશોમાં ઘૂમી વળતા હતા.

હાથીદાંત, લવિંગ, મરી-મસાલા અને કાપડનો ધમધોકાર વેપાર કરીને તથા આરબ વેપારીઓ ઉપરાંત યુરોપિયન કંપનીઓને અઢળક નાણાં ધીરીને જયરામની પેઢીએ એનું સામ્રાજ્ય સ્થાપ્યું હતું.

ઝાંઝીબારની પ્રજા જયરામ શિવજીને 'ન્યુમ્બા લેટિકલી' એટલે કે, ઝાંઝીબારના પ્રાઈમ મિનિસ્ટર તરીકે ઓળખતી હતી. યુનાઈટેડ સ્ટેટ્સ ઓફ અમેરિકાએ જ્યારે ૧૮૩૬માં તેની એલચી કચેરી સ્થાપી ત્યારે ઓમાનના સુલતાન સૈયદ સઈદ હતા અને ઝાંઝીબારનાં કસ્ટમ્સ કલેક્ટર જયરામ હતા. ખાસ નોંધવા જેવી વાત એ છે કે જ્યારે હિંદ ઉપર ઇંગ્લેંડ શાસન કરતું હતું ત્યારે અમેરિકનોનું મહત્વ પીછાનીને એમને ઝાંઝીબાર અને પૂર્વ આફ્રિકાના બંદરોમાં આમંત્રણ આપનાર આ ભાટીયા પેઢી હતી.

જયરામે ૧૮૨૨માં મેસેચ્યુસેટ્સનાં વેપારી ડગ્લાસ મેજરને બોલાવ્યો હતો. અમેરિકન વેપારીઓને જયરામની પેઢીની મોટી ઓથ હતી. અમેરિકન કોન્સસ રિચાર્ડ વોટર્સ જ્યારે એક વર્ષ માટે સ્વદેશ ગયો ત્યારે એણે એનાં ઉત્તરાધિકારી પી.એસ. પાર્કરને જાન્યુઆરી ૧૮૪૦માં લખ્યું: "તમે વેપાર અને નાણાંકીય બાબતોમાં જયરામ અને લધા દામજીની સલાહ લેજો. તેઓ હોંશીયાર અને વિશ્વાસપાત્ર માણસો છે... તેઓ માત્ર ૬ ટકાના વ્યાજથી ધિરાણ કરે છે. અને તે છતાં લાખો ડોલર કમાય છે કારણ કે તેમનું ફિનાન્સીયલ અને બેંકિંગ ધોરણ ઘણું ઉચ્ચ કક્ષાનું છે."

ઝાંઝીબારમાં આવેલું જયરામ શિવજીનું કસ્ટમ્સ હાઉસ વિશાળ હતું. તેની નજીક વખારો હતી અને તેની સમિપમાં વિશાળ કંપાઉન્ડ ધરાવતી તેમની હવેલીઓ હતી. તેઓ, તેમનાં કુટુંબીજનો અને અન્ય ગુજરાતી વેપારીઓ દશેરા અને દિવાલી જેવા તહેવારોમાં હવેલીમાં ગાર્ડન પાર્ટીનું આયોજન કરીને આરબ શાસકો ઉપરાંત એશીયન અને યુરોપિયન વેપારીઓને આમંત્રણ આપતા હતા. તે સમયે ખાણીપીણીની સાથે વિવિધ બેંડવાજા વાગતા.

સુલતાનો તથા દેશવિદેશનાં વેપારીઓ તેમને હારતોરા કરતા. ઝાંઝીબારમાં આવેલ જયરામ શિવજીની વખારો અને હવેલીઓનો આંખે દેખ્યો અહેવાલ અંજારનાં રહેવાસી ઠક્કર જયરામ વિ. નારાયણજીએ આપ્યો છે. તેમણે ૧૮૮૩માં તેની મુલાકાત લીધી ત્યારે તો જયરામ શિવજી અને લધા દામજી મૃત્યુ પામી ચૂક્યા હતા. પણ તેમની પેઢી જયરામના સંતાનો દામોદર અને ખીમજી અને પૌત્ર કેશવજી ચલાવતા હતા. પેઢી અને હવેલીઓ અકબંધ હતી. જયરામ નારાયણજીના શબ્દોમાં:

"હાલ આ પેઢીનું સંચાલન જયરામ શિવજી અને લધા દામજીના સંતાનો કરે છે. ઝાંઝીબારના નવાપુરા લત્તામાં મરહૂમ શેઠ જયરામ શિવજીની વખાર અને હવેલી આવી છે. ઝાંઝીબારના કાંઠામાં પ્રવેશ કરતા મેં સુંદર મિનારો જોયો. તેની ટોચ ઉપર ચાર તોતિંગ ઘડિયાળો જોઈ.

વળી ટોચ ઉપર સ્ટીમરોની અવરજવર વખતે બે આરબોને બ્યૂગલ વગાડતા જોયા. રાજમહેલોને પણ આંટી મારે તેવી હવેલીની શૃંખલા જયરામે બાંધી છે. વાહ! શું વિશાળ ખંડો અને દેશવિદેશનું રાચરચિલું છે. જયરામની પેઢીની ઓફિસો અને વખાર ફૂટની પાસે આવેલી છે." મેં અહીં હજારોની સંખ્યામાં ખાંડ, ચોખા, લવિંગ, કાપડ અને હાથીદાંતનાં ઢગલેઢગલા જોયા."

જયરામ શિવજી ઝાંઝીબાર અને પૂર્વ આફ્રિકાનાં બેતાજ બાદશાહ હતા. વૃદ્ધાવસ્થાને લીધે તેઓ ૧૮૬૫માં મુંદ્રા ગયા, ત્યાં મિલ્કતોનું વસિયતનામું બનાવ્યું અને ૨૫ ઓગસ્ટ ૧૮૬૬ના રોજ મુંદ્રામાં મૃત્યુ પામ્યા. તે સમયે લધા

દામજી ઝાંઝીબારમાં હતા.

જેવી રીતે મધ્યકાલમાં ભામાશા મેવાડનાં મહારાણા પ્રતાપસિંહનાં જમણા હાથ સમાન હતા, તેવી રીતે આધુનિક યુગમાં લઘા દામજી જયરામ શિવજીનાં જમણા હાથ સમાન હતા. એમની કારકિર્દી તો જયરામ શિવજી કરતાં પણ વધારે રોમાંચક છે. આ બધી વાતો અજાણ છે. તેની વાતો હવે પછી કરીશું.

જયરામ શિવજી મુંદ્રા બંદરમાં જન્મ્યા હતા. તુલસીદાસ સ્વાલી નામનાં એમનાં વંશજને જ્યારે ૧૯૮૬માં મુંદ્રાની સ્વાહીલી શેરીમાં આવેલી એમની હવેલીમાં મળવાનું થયું ત્યારે એમણે એમનાં કુટુંબની વંશાવળી તથા દસ્તાવેજોની ઝેરોક્ષ નકલો આપી હતી.

આ ઉપરાંત બીજા અનેક દસ્તાવેજોને આધારે એમને અને લઘા દામજી વિશે અત્રે માહિતી આપી છે. ભલે તેઓ સદીઓ પહેલાં કચ્છ જેવા સરહદી જિલ્લામાં જન્મ્યા હોય, પણ છેવટે તો કચ્છ ગુજરાતની સાહસિક રણભૂમિ અને દરિયાઈ ભૂમિ છે. તેમને વિશે પણ જાણવું જરૂરી છે!

જયરામ મુંદ્રાની ધૂળાયા શાળામાં ભણ્યા. પણ અસલનો જીવ દરિયાઈ સફર દ્વારા સાહસો ખેડવાનો. તેથી તેમનાં બાળમિત્રો પણ ભાટિયા, વાઘેર, ખારવા અને મિયાંણાં. તેઓ તરાપો કરીને માછીમારી કરવા નીકળી પડતા. એમની એક આંખ વહાણના સંચા પર રહેતી અને બીજી આંખ દરિયાપારનાં દેશો તરફ મંડાયેલી રહેતી.

તેથી જ જ્યારે પિતા શિવજી એક પ્રસંગે ઝાંઝીબાર અને મસ્કતથી મુંદ્રા પાછા ફર્યા ત્યારે પૂર્વ આફ્રિકાની નવી સફર માટે ૧૮૦૪માં જયરામને લઈ ગયા અને ત્યાર પછી તો અનેક સાહસો કરીને એમણે મુંદ્રા, મુંબઈ, મસ્કત અને ઝાંઝીબાર તથા પૂર્વ આફ્રિકાનાં અન્ય બંદરો વચ્ચેનું બીઝનેસ નેટવર્ક વધાર્યું. તે સમયે ઝાંઝીબારમાં કસ્ટમ્સ કલેક્શન માટે લીલામ થતું. નારણજી વિસનજી ઠક્કરે ૧૯૨૪માં "જંગબાર અને કચ્છીઓ" નામનાં લેખમાં નોંધ્યું હતું તે મુજબ:

"શેઠ જયરામ શિવજીએ જંગબારમાં કસ્ટમ્સનો ઈજારો ઈ.સ. ૧૮૨૬માં બે લાખ રિયાલમાં રાખ્યો હતો. તે સમયે તેમની પેઢીની સંખ્યા ૨૨ હતી અને ત્યાર બાદ તે પૂર્વ આફ્રિકા અને આરબ દેશોમાં ફેલાઈ હતી.

એમણે કચ્છી-ગુજરાતી વહાણવટાને હિંદી મહાસાગરમાં ધૂમી વળીને વિશ્વમાં ગુજરાતનું નામ રોશન કર્યું હતું. જયરામ શિવજી તેમના મૃત્યુનાં માત્ર બે વર્ષ પહેલાં એમનાં વતન મુંદ્રામાં પાછા ફર્યા અને ત્યાં ગુજરી ગયા. ઝાંઝીબાર અને પૂર્વ આફ્રિકાનાં બંદરો અસલથી "કાલીય દ્વીપ" ઓળખાતા હતા. લઘા દામજી ઝાંઝીબારમાં એકલા-અટૂલા ગુજરી ગયા હતા. તેથી એમની કથા ખરેખર સાગરપારની ગુજરાતી વસાહતની શૌર્ય ગાથા છે. હારુન અહમદ

નામનાં એક વસાહતીએ સાચું જ લખ્યું હતું :
        ''વિદેશો પરાયા વતન પણ બને છે,
        ને વેરાન વગડા ચમન પણ બને છે,
        અહીં પાંચ ખંડોના માનવનો મેળો,
        જુદાઈ તજી હમવતન પણ બને છે,
        ને ગોકુળ અમારું અહીં નીલ કાંઠે
        આ ધરતી કદી કો તપોવન પણ બને છે.''
        સંદર્ભ :કચ્છ- (ગુજરાત સમાચાર)- ડૉ. મકરન્દ મહેતા, વિકીપિડીયા , કચ્છ નો ઇતિહાસ શ્રી ઉમિયા શઁકર અજાણી, શ્રી નરેશ ભાઈ અંતાણી , શ્રી કીર્તિ ભાઈ ખત્રી , શ્રી હરેશ ભાઈ ધોળકિયા ના વિવિધ લેખો આધારિત માહિતી ,

3

રામસિંહ માલમ

કચ્છ ના અને ગુજરાત ના અનેક ઇતિહાશકારો અને લેખકોએ આના વિશે લખ્યું છે પણ તેમાં અમુક વાત નો ઉમેરો કરવો જરૂરી છે અહીં મેં માહિતી ઉમેરવાની કોશિશ કરી છે વિવિધ સંદર્ભનો ઉપયોગ કરીને જેની નોંધ લેવા વિનંતી છે.

રામસિંહ અને તેનાં કચ્છી સહકમ્મીઓએ ભુજમાં આયના મહેલ બાંધ્યો જે હવે તો તદ્દન ખંડિયેર હાલતમાં જ છે.પણ આજથી ૫૦ વર્ષ પહેલાં તે જોવા દેશ વિદેશથી પર્યટકો ઉમટતાં હતાઅને આજે પણ ઉમટે છે.

હોલેન્ડમાં વર્ષો ગાળીને રામસિંહ પોતાનાં માદરે વતન કચ્છમાં ગયો. તે સમયે કચ્છનાં મહારાજા લખપતસિંહજી ૧૭૪૨-૧૭૬૨ હતા. તેમણે રામસિંહની શક્તિઓની કદર કરીને તેને નવા ઉદ્યોગો સ્થાપવાનું આમંત્રણ આપ્યું.

માંડવી બંદર પાસે કાચનું કારખાનું, ઘડિયાળો બનાવવાનું કારખાનું, ફેરસ લોખંડ ગાળવા માટેની ફાઉન્ડ્રી અને તોપોનું કારખાનું રામસિંહે શરૂ કર્યા અને તેની સાથો સાથ સોના-ચાંદી પર મિનાકારીની ટેકનોલોજિનો વ્યાપક ઉપયોગ કરવા માટે ભુજમાં તેણે ટેકનોલોજી ઇન્સ્ટીટયુટ હુન્નર શાળા ૧૭૫૮માં, એટલે કે આજથી બરાબર ૨૫૦ વર્ષ પહેલાં સ્થાપી.

આપણે ગુજરાતીઓ માટે સૌથી ગૌરવપ્રદ વાત એ છે કે સમગ્ર ભારતવર્ષનું આ સૌ પ્રથમ ટેકનોલોજિકલ ઇન્સ્ટિટયુટ હતું. ત્યાર બાદ વડોદરાનાં મહારાજા સયાજીરાવ ગાયકવાડ અને સુપ્રસિદ્ધ વૈજ્ઞાનિક પ્રોફેસર ટી.કે. ગજ્જરનાં સંયુક્ત પ્રયાસોમાંથી ૧૮૯૦માં વડોદરા નગરમાં ટેકનોલોજિકલ ઇન્સ્ટિટયૂટ (કલા ભવન) શરૂ થયું હતું અને અહીં મુવી કેમેરા શીખ્યા બાદ ફિલ્મ ઉદ્યોગનાં બેતાજ બાદશાહ દાદાસાહેબ ફાળકેએ ૧૯૧૩માં મુંબઈમાં ફિલ્મ ઉદ્યોગની શરૂઆત કરી હતી.

હોંશિયાર અને મહેનતુ માણસોને જ્યારે રાજ્યાશ્રય અથવા તો ધનિકોનાં દાનો દ્વારા ટેકો મળે છે ત્યારે દેશને કેવા મોટા લાભ થાય છે તેની આ વાત છે. રામસિંહ માલમે કચ્છમાં સંખ્યાબંધ કારીગરોને યુરોપની ટેકનોલોજિ શીખવી.

મહારાજા લખપતજી વળી કવિ પણ હતા. તેઓ કવિઓનાં આશ્રયદાતા હતા. તેમણે રામસિંહ માલમની સહાયથી ભુજમાં વ્રજ ભાષાની કવિતાની પાઠશાળાનું મકાન બંધાવ્યું. આપણા મહાન કવિ અને સમાજ સુધારક દલપતરામ તેમની યુવાનીમાં રામસિંહે બાંધેલી અને લખપતજીએ વિકસાવેલી આ કાવ્યશાળામાં પિંગળશાસ્ત્ર શીખ્યા હતા.

રામસિંહ માલમ દ્વારા કચ્છમાં થયેલાં આર્થિક વિકાસનાં અભૂતપૂર્વ નવાચારી કામો જોઇને લખપત સિંહ એવા તો ખુશ થયા કે એમણે રામસિંહ ઉપરાંત તેણે સ્થાપેલા વર્કશોપમાં કામ કરતા ચૂનંદા કારીગરોને હોલેન્ડ ઉપરાંત લંડન, પેરિસ, વિયેના અને ન્યૂરેમ્બગમાં મોકલ્યા.

પેરિસમાં લુર્વે મ્યુઝિયમ અને લૂઈ ૧૪માનો મહેલ જોઇને આ કચ્છીઓ આશ્ચર્યચકીત થઈ ગયા. મહેલની બાંધણી, મહેલમાં સચવાયેલાં ભીંત ચિત્રો, સ્ટેન્ડ ઉપર ગોઠવેલી રંગબેરંગી મીણબત્તીઓ અને ઝુમ્મરો, રાચરચીલું અને શિલ્પ તથા સ્થાપત્યનો તેમણે અભ્યાસ કર્યો. ત્યાંથી લંડન ગયા.

લંડનનો મશહૂર કલોક ટાવર જોયો અને માન્ચેસ્ટર અને લેંકેશાયરમાં નવી શરૂ થયેલી ટેક્સ્ટાઇલ મીલો જોઈ. ત્યાંથી જર્મની ગયા અને યંત્રથી ચાલતા રમકડાં કેમ બનાવવા તે શીખ્યા. ત્યાંથી ફરીથી એમ્સ્ટેર્ડમ (હોલેન્ડનું બંદરીય નગર અને પાટનગર ગયા અને ત્યાં ગ્લાસ ફેકટરી જોઈ.

રામસિંહ માલમ અને કચ્છી યંત્રવિદોને અંગ્રેજી, ડચ, ફ્રેન્ચ કે જર્મન ભાષા આવડતી નહોતી. પણ 'મન હોય તો માળવે જવાય' એ કહેવત મુજબ આ કચ્છી યુવાન સાહસિકો વર્ષો સુધી વિદેશોમાં રહ્યા, ઘૂમ્યા અને ત્યાં શરૂ થયેલી યંત્રવિદ્યા શીખ્યા.

પાછા ફર્યા બાદ રામસિંહ અને તેનાં કચ્છી સહકર્મીઓએ ભુજમાં આયના મહેલ બાંધ્યો જે હવે તો તદ્દન ખંડિયેર હાલતમાં જ છે. પણ આજથી ૫૦ વર્ષ પહેલાં તે જોવા દેશ વિદેશથી પર્યટકો ઉમટતાં.

મુઘલ શૈલીનાં દીવાને-ખાસમાં બેલ્જિયમ ગ્લાસનાં અરીસા, ભીંત પરનાં ઓઇલ પેઇન્ટિંગ્સ, સોનાચાંદીનાં નકશી કામથી મહેલ સિંહાસનો, છત્રપલંગો, ગાલીચા, તલવાર, બંદૂકો અને તોપગોળાથી માંડીને નાનામાં નાની યંત્ર અને કલાકારીગરીનાં દર્શન કરવા ૧૯૨૨ સુધી તો દેશવિદેશના રસિયાઓ આ સ્થળે ઉમટતા.

વાહ ! વાહ !' એમ આફ્રિન થઇને ઉદ્‌ગારો કાઢતા. નીચેની મોટી ટાંકીમાંથી પાઇપ અને સ્પ્રિંગથી મહેલના પહેલા માળ સુધી ઉતારેલો રંગબેરંગી ફુવારો અને ઝગારા મારતા ઝુમ્મરો રાતના અંધારામાં સ્ટેન્ડ ઉપર ગોઠવેલી મીણબત્તીઓ સળગાવતાં જ ઝુમ્મરો દૈવી સ્વરૂપ ધારણ કરતા. જાણે કે યુરોપનો 'રેનેસાં યુગ' રણપ્રદેશ કચ્છમાં શરૂ થયો !

રામસિંહે સાચે જ યુરોપ અને હિંદને તેની સર્જનશક્તિથી એક જ મંચ પર ખડા કર્યા હતા. મહારાજા ખેંગારજી ત્રીજા છેક ૧૯૪૨માં મૃત્યુ પામ્યા ત્યાં સુધી તેઓ બીજી સગવડ ભરેલા મહેલોને બદલે આ જ મહેલમાં રહેતા હતા.

કચ્છનું પાટનગર ભૂજ તે સમયે 'કચ્છનું પેરીસ' કહેવાતું હતું. રામસિંહ માલમે માંડવી બંદર પાસે એક ગ્લાસ ફેક્ટરી પણ શરૂ કરી. દરિયાની સમીપ એટલા માટે કે ત્યાંથી કાચના કામમાં આવે તેવી ઉત્તમ જાતની રેતી ઉપલબ્ધ હતી. 'લોકેશનલ એડવાન્ટેજ' હતો. એમાનું આજે કશું જ રહ્યું નથી.

રામસિંહે શરૂ કરેલું 'મિની ઇન્ડસ્ટ્રીયલ રિવોલ્યુશન' જાણે કે તેની ગર્ભાવસ્થામાં જ મરણને શરણ થયું હતું, અને આજે તો એવી નોબત આવી છે કે વાસ્કો-દ-ગામાને પોર્ટુગલનાં લીસ્બન બંદરથી હિંદમાં લઈ આવનાર કચ્છી વહાણવટી કાનજી માલમ અને રામસિંહ માલમને બદલે વાસ્કો-દ-ગામા, કોલંબસ અને સર ટોમસ રો જેવા યુરોપીયનો આપણી લોકજીભે વસવાટ કરે છે ! પણ આપણા વહાણવટીઓ, વેપારીઓ અને સામાન્ય યંત્રવીદો સાગર પાર કરતાં કરતાં ઉમંગથી સમૂહમાં ગીતો લલકારતા હતા કે :

"અલ્લાબેલી, અલ્લાબેલી, જવું જરૂર છે, બંદર છો દૂર છે !
ફૂંગોળે તોફાની તીખારા વાયરા
મુઝાયે અંતરના હોએ જે કાયરા
તારા હૈયામાં જો સાચી સબૂર છે, છો ને વિદેશ દૂર છે.
બેલી તારો, બેલી તારો, બેલી તારો તું જ છે."

આજથી અઢીસો વર્ષ પહેલાં યુરોપની ટેકનોલોજી ભારતમાં લઈ આવનાર કચ્છ-માંડવીનો વહાણવટી અને યંત્રશાસ્ત્રી રામસિંહ માલમ હતો. અઢારમા સૈકા દરમિયાન જ્યારે હિંદ આર્થિક અને રાજકીય દ્રષ્ટિએ તદ્દન છિન્નભિન્ન હતું તેમજ હિન્દ સત્તા માટેની લશ્કરી છાવણીઓમાં વહેંચાઈ ગયું હતું.

તે સમયે આ દેશને આધુનિક ટેકનોલોજિનો નવો રાહ દેખાડીને તેને આશાનાં કિરણો દેખાડનાર કચ્છનો વહાણવટી રામસિંહ માલમ (૧૭૦૨-૧૭૭૩) હતો. તે વાઘેર નાતનો હિંદુ વહાણવટી હતો. મુસલમાનોમાં ભડાલા અને હિંદુઓમાં વાઘેરો અને ખારવાઓનો પરંપરાગત વ્યવસાય વહાણવટાનો છે.

કચ્છે તો બે હજાર વર્ષથી વેપાર અને વહાણવટુ ખીલવીને એ રણપ્રદેશને જીવંત રાખ્યો છે. રામસિંહના દાદા ગજસિંહ અને પિતા રૂપસિંહ જહાંગીર, શાહજહાં અને ઔરંગઝેબનાં સમયનાં જાણીતા વહાણવટીઓ હતા અને તેઓ હોકાયંત્રની મદદથી માંડવી, ભદ્રેશ્વર અને મુંદ્રાથી આરબ અને આફ્રિકન દેશોમાં જતા.તેમનો વારસો રામસિંહને મળ્યો હતો.

રામસિંહ માલમ ઇંગ્લેન્ડ, જર્મની અને હોલેન્ડમાં રહી આધુનિક પ્રોડક્શન ટેકનોલોજિ શીખી કચ્છમાં આવી યુરોપિયન ટેકનોલોજિ અપનાવી

પ્રાગમલજિ, દેશબજિ અને લખપતજિ જેવા કચ્છનાં મહારાવો વિદેશ વેપાર અને વહાણવટાને ઉત્તેજન આપતા હોવાથી રામસિંહ પણ અવારનવાર અરબી સમુદ્ર અને હિંદી મહાસાગરનાં દેશોમાં જઇને વેપાર કરતો.રામસિંહ માલમ મોટો સાગરખેડૂ હતો. તેણે અનેક સાહસો કર્યાહતા.

તેનું વહાણ દરિયાના તોફાનમાં સપડાયું, પણ તેનાં હૈયામાં સાચી સબૂર હતી. તેથી તે દરિયામાં ટકી રહ્યો અને છેક યુરોપ જઈ પહોંચ્યો. ત્યાંથી તે નવી ટેકનોલોજિ શીખીને સ્વદેશ પાછો ફર્યો અને તેણે કચ્છનો 'અરુણ પરભાત' દેખાડયું !

પ્રાગમલજિ (૧૬૯૮-૧૭૧૫), દેશબજિ (૧૭૧૫-૧૭૪૧) અને લખપતજિ (૧૭૪૨-૧૭૬૨) જેવા કચ્છનાં મહારાવો વિદેશ વેપાર અને વહાણવટાને ઉત્તેજન આપતા હોવાથી રામસિંહ પણ અવારનવાર અરબી સમુદ્ર અને હિંદી મહાસાગરનાં દેશોમાં જઇને વેપાર કરતો. તે વખતે માંડવી બંદરમાં ૪૦૦ વહાણોને બેડો અને જહાજવાડો હતો.

કચ્છી વેપારીઓ અગ્નિ એશિયાનાં જાવા, સુમાત્રા, સુલવાસી અને સુન્દા જેવા બંદરો અને મસાલાનાં ટાપુઓ ઉપરાંત મસ્કત, ઝાંઝીબાર, કાલ્વા, મોગાદીસુ અને એડન સાથે વેપાર કરતા હતા. પણ રામસિંહ માલમનું મહત્વ એ છે કે એ વીસ-બાવીસ વર્ષ ઇંગ્લેન્ડ, જર્મની, ફ્રાન્સ અને હોલેન્ડમાં રહ્યો, ત્યાં શરૂ થયેલી આધુનિક પ્રોડકશન ટેકનોલોજિ શીખ્યો અને કચ્છમાં આવીને યુરોપીયન ટેકનોલોજિ અપનાવી. સત્તર વર્ષ તો તે હોલેન્ડ રહ્યો.

ગુજરાતની જાહોજલાલી અને તેનાં ભરૂચ, ખંભાત, માંડવી, મુંદ્રા, સુરત અને ઘોઘા જેવા બંદરોનું મહત્વ પીછાનીને જ અંગ્રેજોએ ૧૬૦૦માં ઇંગ્લિશ ઇસ્ટ ઇન્ડિયા કંપનીની અને વલંદાઓએ ૧૬૦૨માં ડચ ઇસ્ટ ઇન્ડિયા કંપનીની સ્થાપના કરી હતી. આજે પણ સુરતમાં ૧૭મા સૈકાનાં અંગ્રેજ અને ડચ વેપારીઓની કબરો છે.

અમદાવાદમાં કાંકરિયા તળાવની સમીપમાં આવેલી વન ટ્રી હીલ પાસે આજે પણ અનેક ડચ અને આર્મેનીયન કબરો દેખાય છે અને તે જોવા જેવી છે.

રામસિંહ માલમ હોલેન્ડમાં 'માસ્ટર ક્રાફ્ટસમેન' અને 'ટેકનોલોજિસ્ટ' તરીકે લોકપ્રિય બન્યો

રામસિંહ માલમ છેક હોલેન્ડનાં એમ્સસ્ટર્ડમ બંદર સુધી કેવી રીતે પહોંચી ગયો તે વાત ખુબ રસપ્રદ છે. ૧૭૩૩માં જ્યારે એ દરિયાઈ સફરે નીકળ્યો ત્યારે ઘૂઘવાતા મહાસાગરમાં તેનું વહાણ ફસાયું. તે ડૂબવાની તૈયારીમાં હતું, પણ સંજોગોવસાત એક ડચ વહાણ ત્યાંથી પસાર થતું હતું. ડચ નાવિકો અને વેપારીઓ તે સમયે માંડવી, મુંદ્રા અને સુરત ઉપરાંત અમદાવાદ સાથે વેપાર કરતા હતા.

તેમણે રામસિંહને બચાવી લીધો અને હોલેન્ડ લઈ ગયા. હોલેન્ડ -નેધરલેન્ડસ ઉત્તર-પશ્ચિમ યુરોપમાં આવેલો દેશ છે. તે સમયે કચ્છની જેમ હોલેન્ડ પણ વહાણવટા માટે વિશ્વ પ્રસિદ્ધ હતું.

અહીં વળી નવા ઉદ્યોગો પણ ખીલ્યા હતા. ક્રિશ્ચિયન હ્યુજીન્સ નામનાં ડચ યંત્રશાસ્ત્રીએ ૧૬૫૭માં પેન્ડયુલમનાં સિધ્ધાંતને આધારે દિવાલ ઘડિયાળો બનાવવા શરૂ કર્યા હતા. ઘડિયાળ બનાવવાની આ શરૂઆત હતી.

ઘડિયાળનું મુખડુ ચંદ્રમાની જેમ ગોળ, પણ બાકીનો ભાગ લાંબા માણસનાં શરીર જેવો હતો.

પણ તે સેકંડ, મિનિટ અને કલાક સચોટ રીતે દર્શાવતું હતું. નેધરલેન્ડમાં (હોલેન્ડ) રામસિંહ માલમ ઘડિયાળ વિદ્યા શીખ્યો એટલું જ નહીં પણ તેમાં નિપુણતા પ્રાપ્ત કરી. ડચ ભાષા આવડે નહીં, પણ તેથી શું થઈ ગયું ?!

ઇશારાઓ અને થોડી ભાષાકીય પ્રેક્ટિસ દ્વારા એણે કામ ચલાવ્યું. આ કચ્છી વહાણવટી હોલેન્ડમાં 'માસ્ટર ક્રાફ્ટસમેન' અને ટેકનોલોજિસ્ટ તરીકે લોકપ્રિય બન્યોહતો,

સંદર્ભ :કચ્છ- (ગુજરાત સમાચાર)- ડૉ. મકરન્દ મહેતા, વિકીપિડીયા , કચ્છ નો ઇતિહાસ શ્રી ઉમિયા શંકર અજાણી, શ્રી નરેશ ભાઈ અંતાણી , શ્રી કીર્તિ ભાઈ ખત્રી , શ્રી હરેશ ભાઈ ધોળકિયા ના વિવિધ લેખો આધારિત માહિતી ,

4

જગડુશાહ

કચ્છ ના અને ગુજરાત ના અનેક ઇતિહાશકારો અને લેખકોએ આના વિશે લખ્યું છે પણ તેમાં અમુક વાત નો ઉમેરો કરવો જરૂરી છે અહીં મેં માહિતી ઉમેરવાની કોશિશ કરી છે વિવિધ સંદર્ભનો ઉપયોગ કરીને જેની નોંધ લેવા વિનંતી છે ..જગડુશાહ (ઈ.સ. ૧૨૧૦-૧૨૭૫) ઓસવાળ જૈન હતો, તે ભદ્રેશ્વરનો ખ્યાતનામ "ઓવરસીઝ મર્ચન્ટ" હતો.

ભદ્રેશ્વર બંદર મુંદ્રા તાલુકામાં આવેલું પ્રસિદ્ધ જૈન તીર્થધામ છે. જગડુશાહે વિદેશ વ્યાપાર દ્વારા ખૂબ લક્ષ્મી પ્રાપ્ત કરીને ભદ્રેશ્વરમાં અનેક દેરાસરો બંધાવ્યા હતા. ભદ્રેશ્વર બંદરનો પુરેપુરો લાભ લઇને તેણે હિંદી મહાસાગરનાં દેશોમાં વ્યાપારી સામ્રાજ્ય બીછાવ્યું હતું.

જગડુશાહ અનેક વહાણોનો માલીક હતો. તેનાં વહાણવટીઓ, શરાફી, આંગડીયાઓ અને દલાલો જાવા, સુમાત્રા, અચીન, સુંદા અને સુલવેસી જેવા અગ્નિએશિયાનાં બંદરો અને ટાપુઓ ઉપરાંત ઈસ્ફહાન, મસ્કત, સોકોત્રા, એડન, મોખા, જીદ્દા અને છેક એલેક્ઝાંડ્રીયા સુધી પહોંચી જતા. તેનાં સમયમાં ગુજરાત અત્યંત ફળદ્રુપ પ્રદેશ હતો અને ગુજરાતનાં નગરો તથા ગામડાઓ બંદરો સાથે સંકળાયા હતા.

જગડુ પટોળાં સહીત વિવિધ જાતનાં કાપડ, ઝવેરાત, હાથીદાંતની અને અકીક પત્થરની બનાવટો ઉપરાંત પૂર્વ આફ્રિકા અને મસાલાનાં ટાપુઓમાંથી ખરીદેલા લવીંગ, મરી, એલચી, પીપર, જાયફળ, જાવંત્રી જેવા મસાલા આરબ દેશોમાં મોકલતો. ગુજરાતની કૃષિ પેદાશોની ઘણા આરબ, તુર્ક અને પર્શિયન મુસાફરો અને વેપારીઓએ પ્રશંસા કરી છે.

જગડુના સમયમાં સમગ્ર વિશ્વ કૃષિપ્રધાન હતું. જગડુ ગુજરાતની ખેત પેદાશોની નિકાશ કરતો. જગડુ અનેક ચીજોની પુન: આયત-નિકાસ કરતો.

'મલ્ટી-લેટરલ' વેપારી હતો. અગ્નિ એશિયાનાં મસાલાનાં ટાપુઓમાંથી ખરીદેલા મરી મસાલા, ગુજરાતનું કાપડ, ઝવેરાત, ગળી, કપાસ અને ખાદ્ય પદાર્થી ઇરાન અને અરબસ્તાનમાં ઠાલવતો.

ઇ.સ. ૧૩૧૯માં સર્વાનંદસૂરિએ સંસ્કૃત ભાષામાં રચેલ ગ્રંથ "શ્રીજગડુચરિત" મુજબ જગડુશાહ "ઉત્તમ આર્દ્રપુર" એટલે કે હોર્મુઝ અને એડન સાથે વેપાર કરતો હતો.

તે ત્યાંથી મબલખ પ્રમાણમાં 'મ્લેચ્છ લક્ષ્મી' અને 'તુરૂષ્ક લક્ષ્મી' કમાઇને ભદ્રેશ્વરમાં ઠાલવતો. સર્વાનંદસૂરિએ ત્યાંનાં ચલણ 'દીનાર'નો ઉલ્લેખ કરીને લખ્યું છે કે જગડુનાં વિશ્વાસુ કર્મચારી જયંતસિંહે એક પ્રસંગે એડન બંદરમાં આજનાં યેમેન દેશનું બંદર આરબ અને તુર્ક વેપારીઓ સાથે સ્પર્ધા કરીને મણનાં મણ મીણ કેવી રીતે ખરીધું હતું.

જગડુની વખારમાં આ મીણ ઓગાળતાં તેમાંથી સોનાની પાટો પ્રાપ્ત થઈ હતી. સર્વાનંદસૂરિની આ વાતમાં જરૂર અતિશયોક્તિ છે.

તેમ છતાં તેમાંથી સાર તારવી શકાય છે. ભારતવર્ષના સર્જનાત્મકકાળ "સોલંકીયુગ"ના ઉત્તુંગ શિખર સમાન હતો જગડુશાહમાણસ તેની જીભ વડે નહીં પણ તેનાં હાથ, પગ અને બાવડાનાં શ્રમ દ્વારા લોકપ્રિય બને છે. જગડુશાહ જેટલો ધનિક હતો તેટલો જ તે દાનવીર હતો.

તેણે પીવા, ન્હાવાધોવાનાં અને ખેતીકામ માટે જે કુવા, વાવ, તળાવો અને સિંચાઇઓ બંધાવ્યા તેના ઉલ્લેખો તે સમયનાં અને ત્યાર પછીનાં સમયનાં સ્રોતોમાંથી પ્રાપ્ત થાય છે. વળી તેણે ૧૨૫૬-૫૭નાં મહાવિનાશક દુકાળ વખતે કચ્છ ઉપરાંત સૌરાષ્ટ્ર, તળ ગુજરાત અને સિંધમાં સ્થાપેલા અન્નક્ષેત્રોની વિગતો પણ પ્રાપ્ત થાય છે.

તેનાં દુકાળ અંગેનાં રાહત કાર્યો સૈકાઓ સુધી મૌખિક લોકપરંપરામાં એવા તો જીવંત રહ્યા કે ૧૮૧૮માં કચ્છના અંગ્રેજ પોલીટીકલ એજન્ટને કચ્છનાં વિદ્વાનો ઉપરાંત જૈન, ભાટીયા, લોહાણા અને ખોજા વેપારીઓ તથા સામાન્ય લોકોએ કહ્યું કે કચ્છમાં જગડુશાહ નામનો મોટો વેપારી અને દાનેશ્વર થઈ ગયો જેણે લાખો માણસોને મૃત્યુનાં મુખમાંથી ઉગાર્યા હતા.

જેમ્સ મેકમડીએ ૧૮૧૮નાં તેનાં સપોર્ટ "એન એકાઉન્ટ ઓફ ધી પ્રોવીન્સ ઓફ કચ્છ"માં લખ્યું : "એક જમાનામાં પ્રખ્યાત ભદ્રેશ્વર બંદર હાલ ખંડીયેર હાલતમાં છે. જગડુશાએ બાંધેલો મહેલ અને દેરાસરનો થોડો જ ભાગ બચ્યો છે. પણ જગડુશાનાં સત્કર્મીને આજે પણ લોકો યાદ કરે છે.

ત્યાર પછી એને બીજે જ વર્ષે ઇ.સ. ૧૮૧૯માં કચ્છમાં ઇ.સ. ૨૦૦૧નાં ધરતીકંપ કરતાં પણ વધારે વિનાશક ધરતીકંપ થયો. અનેક ઇમારતો

જમીનદોસ્ત થઈ ગઈ. જગડુશાહનાં મહેલ અને દેરાસરનાં કેટલોક ભાગ અવશેષરૂપ બચ્યો છે.

જેનું જીવનબળ ગયું તે દેહરૂપે ફરીથી સજીવન થયાનું કદી સાંભળ્યું છે ?! જગડુએ પુસ્તકો નહોતા વાંચ્યા, તેણે જગત નવીનવી આંખોએ જોયું-વાંચ્યું હતું. જગડુશાહનાં મૃત્યુને પણ આજે ૭૪૩ વર્ષ થઈ ગયાં. તેમ છતાં તે મૌખિક પરંપરા દ્વારા આજે પણ લોકોની સ્મૃતિમાં જીવે છે. કહે છે :"કીર્તિ કેરાં કોટડાં પાડ્યા નવ પડંત."

સંદર્ભ :કચ્છ- (ગુજરાત સમાચાર)- ડૉ. મકરન્દ મહેતા, વિકીપિડીયા , કચ્છ નો ઇતિહાસ શ્રી ઉમિયા શૅકર અજાણી, શ્રી નરેશ ભાઈ અંતાણી , શ્રી કીર્તિ ભાઈ ખત્રી , શ્રી હરેશ ભાઈ ધોળકિયા ના વિવિધ લેખો આધારિત માહિતી ,

5

હાજી કાસમ

કચ્છ ના અને ગુજરાત ના અનેક ઇતિહાશકારો અને લેખકોએ આના વિશે લખ્યું છે પણ તેમાં અમુક વાત નો ઉમેરો કરવો જરૂરી છે અહીં મેં માહિતી ઉમેરવાની કોશિશ કરી છે વિવિધ સંદર્ભનો ઉપયોગ કરીને જેની નોંધ લેવા વિનંતી છે .

આજની તારીખે પણ કચ્છ-સૌરાષ્ટ્રના લોકડાયરાઓમાં જ્યારે આ લોકગીત ગવાય છે ત્યારે ગાનાર અને સાંભળનાર બંનેની આંખો ભીંજાયા વિના રહેતી નથી. અહીંના દ્વારકા, વેરાવળ, પોરબંદર અને માંગરોળ કાંઠાની ખારવણ કન્યાઓ ટાઢીબોળ રાતે દેશી ઢોલ અને શરણાઈના તાલે જ્યારે તેમના અસલ કાઠિયાવાડી લહેકામાં આ લોકગીત પર રાસડા લે છે ત્યારે વીજળી વેરણ થયાનું તેર દાયકા જૂનું દર્દ ઊથલો મારીને બહાર આવી જાય છે.

વીજળી ડૂબ્યાને આજકાલ કરતાં ૧૩૦ વર્ષ થવા આવ્યાં છતાં તેનો વિયોગ યથાવત્ છે. લોકવાયકા પ્રમાણે તેમાં મુસાફરો ઉપરાંત વરરાજા, જાનૈયા અને એ વખતે મુંબઈમાં લેવાતી મેટ્રિકની પરીક્ષાનાં વિદ્યાર્થીઓ સામેલ હતાં જ તમામ દરિયાદેવને વ્હાલાં થઈ ગયેલાં. એ પછી માણસ તો ઠીક, આગબોટ વીજળીના પણ કોઈ અવશેષો હાથ લાગ્યા નહોતા.

મોટા પાયે થયેલી એ જાનહાનિએ વીજળીને ગુજરાતના માનસપટ પર હંમેશ માટે અંકિત કરી દીધી છે, પણ સમય વીતતા ઐતિહાસિક હકીકતોને બદલે લોકવાયકાઓ પ્રચલિત બની. કાળક્રમે તેમાં જાતભાતની વાતો ઉમેરાવા માંડી.

લાંબા ગાળે આ બધાંનું પરિણામ એ આવ્યું કે વીજળીની ઘટનાને લઈને જનમાનસમાં તથ્યવસ્તુને બદલે અતિશયોક્તિ અને આવેગોએ પકડ જમાવી લીધી. એનું એક કારણ તો એ હતું કે 'વીજળી'ને ડૂબતાં કોઈએ જોઈ નહોતી. વળી, મૃત્યુઆંક ઘણો મોટો હોવા છતાં ન તો એકેય મૃતદેહ હાથ લાગ્યો હતો ન

તો કશો કાટમાળ મળ્યો હતો.

વીજળીને લઈને જે કેટલીક ખોટી માન્યતાઓ પ્રવર્તે છે તેમાં સૌથી પહેલી એ કે તે એકદમ નવી અને વિશાળ આગબોટ હતી. તેના પર ઇલેક્ટ્રિક લાઈટો ફિટ કરેલી હોઈ લોકો તેને વીજળી કહેતા હતા. તેનો કેપ્ટન એક અંગ્રેજ હતો અને માલિકી શેઠ હાજી કાસમની હતી જે મુંબઈમાં રહેતા હતા અને ધી બોમ્બે સ્ટીમ નેવિગેશન કંપનીના ડિરેક્ટર પણ હતા.

આ માન્યતાઓ સામે વિદ્વાન સંશોધક શ્રી યુનુસભાઈ એમ. ચીતલવાલાએ પોતાના સંશોધન પુસ્તક 'વીજળી હાજી કાસમની'માં જણાવ્યું છે કે, વીજળી એક સામાન્ય કહી શકાય તેવી મધ્યમ કદની સ્ટીમર હતી. તે નવી નક્કોર નહીં, પણ ત્રણ વર્ષ જૂની હતી અને દુર્ઘટનાના ચાર વર્ષ અગાઉ ઈ.સ. ૧૮૮૫માં તૈયાર થઈ હતી.

એ વખતે માત્ર વીજળી નહીં, ઘણી સ્ટીમરો પર ઇલેક્ટ્રિક લાઈટો ફિટ થયેલી હતી અને લોકો એ લાઈટોને કારણે તેને વીજળી કહેતા હતા. અસલમાં તેનું નામ 'વૈતરણા' હતું જે મુંબઈ નજિક આવેલ એક નદીના નામ પરથી રખાયેલું.

૧૭૦ ફૂટ લાંબી, ૨૬ ફૂટ પહોળી અને ૯ ફૂટ ઊંડી વીજળીની માલિકી બોમ્બે સ્ટીમ નેવિગેશન નહીં, પણ લંડનમાં રજિસ્ટર્ડ છતાં દરિયાઈ વેપારના મહત્ત્વને ધ્યાનમાં રાખીને મુંબઈમાં હેડ ઑફિસ ધરાવતી શેફર્ડ એન્ડ કંપનીની હતી જેના ડિરેક્ટર એ.જે. શેફર્ડ હતા.

વીજળીના કેપ્ટન કોઈ અંગ્રેજ નહીં, પણ કાસમ ઇબ્રાહીમ નામના એક હિન્દુસ્તાની હતા અને લોકગીતોમાં જેમને સ્થાન મળ્યું છે તે 'હાજી કાસમ નૂરમોહમ્મદ' તો કંપનીના પોરબંદર સ્થિત એક બુકિંગ એજન્ટ હતા અને આખી દુર્ઘટનામાં ક્યાંય ચિત્રમાં જ નહોતા. હકીકતમાં વીજળી સાથે જે 'કાસમ'નું નામ જોડાયેલું છે તે અન્ય કોઈ નહીં પણ કેપ્ટન કાસમ ઈબ્રાહીમ હતા.

સામાન્ય રીતે મુસ્લિમોમાં આધેડ વયની વ્યક્તિના નામ આગળ 'હાજી' જોડવાનું એક સામાન્ય ચલણ છે, ભલે પછી તેણે હજ ન પઢ્યું હોય. આમ વીજળીના કપ્તાન 'કાસમ ઇબ્રાહીમ' આગળ 'હાજી' શબ્દ લાગવો સહજ છે. એટલે હાજી કાસમ ઈબ્રાહીમ વીજળીના કેપ્ટન હતા જ્યારે હાજી કાસમ નૂરમોહમ્મદ મેમણ તેના પોરબંદરના બુકિંગ એજન્ટ હતા.

બીજી માન્યતા એવી છે કે, વીજળી કરાચીથી માંડવી અને ત્યાંથી દ્વારકા, પોરબંદર, માંગરોળ, ઘોઘા થઈને મુંબઈના ફેરા કરતી હતી. તે મુંબઈથી પ્રથમવાર ઊપડી હતી અને એ રૂટની તેની પ્રથમ મુસાફરી હતી.

આ વાત પણ હકીકતથી વેગળી છે. અસલમાં છેક ૧૮૮૫થી વીજળી મુંબઈ-માંડવી માર્ગ પર જ ચાલતી હતી, નહીં કે મુંબઈ-કરાચી માર્ગે. એટલે

જળસમાધિના ચાર દિવસ પહેલાં ૫ નવેમ્બર, ૧૮૮૮ના રોજ જ્યારે તે માંડવી માટે મુંબઈથી રવાના થઈ ત્યારે એ તેની પ્રથમ મુસાફરી હતી. તે માંડવીથી દ્વારકા, પોરબંદર અને માંગરોળ થઈ મુંબઈ જતી. જ્યારે વેરાવળ, જાફરાબાદ, દીવ અને ધોધા જવા માટે બીજી સ્ટીમરો ચાલતી.

એક વાત એવી પણ ચાલે છે કે, વીજળી માંગરોળ નજીકના દરિયામાં નહીં, પણ તેનાથી પણ ક્યાંય આગળ ડૂબેલી. આયખાના ૬૫ વર્ષ દરિયો ખેડનાર માંડવીના ૮૨ વર્ષીય શિવજી ભુદા ફોફીંડી કહે છે, જે જગ્યાએ વીજળી ડૂબ્યાની લોકો વાતો કરે છે ત્યાં એ સમયે દરિયો એટલો ઊંડો હતો જ નહીં.

ત્યાં કેટલીક જગ્યા તો એવી છે કે વહાણોમાંથી કોઈ વસ્તુ ફેંકો તો પણ જમીન પર પડે. માંગરોળમાં આવો જ સાગરકાંઠો હતો. એટલે વીજળી ત્યાં ડૂબે એવી શક્યતા ઓછી છે.

જોકે ચીતલવાલાએ સંશોધનમાં નોંધ્યા મુજબ વીજળીના માંગરોળના એજન્ટ બાલકૃષ્ણ બાવાજીએ તેને તારીખ ૯-૧૧-૧૮૮૮ને શુક્રવારના વહેલી સવારે ૧ વાગ્યે માંગરોળ પાસેથી પસાર થતાં જોઈ હતી.

માંગરોળ પસાર કર્યા બાદ ઉત્તર બાજુથી આવતા ઝંઝાવાતી પવનને ખાળવા તે મુંબઈ તરફ વળી હશે ત્યારે જ ચક્રવાતી તોફાનમાં સપડાઈને દરિયામાં ગરકાવ થઈ હશે. આખી દુર્ઘટના વહેલી સવારના ૪-૫ વાગ્યા વચ્ચે બની હોવાની શક્યતા વધુ છે. કેમ કે તે પછી વાવાઝોડું સૌરાષ્ટ્ર પાર કરીને નબળું પડ્યું હતું અને ૧૦-૧૧-૧૮૮૮ના રોજ વિખેરાઈ ગયું હતું. એટલે તે માંગરોળથી ૨૫-૩૦ કિલોમીટર દૂર જ ડૂબી હોવાનું વધારે સાચું લાગે છે.

પ્રચલિત લોકગીતો, કવિતાઓમાં વીજળીના ઉતારુઓને લઈને જુદા-જુદા આંકડાઓ મળે છે. 'હાજી કાસમ તારી વીજળી રે..' ગીતમાં ૧૩૦૦ અને એકમાં ૧૬૦૦ મુસાફરો કહ્યા છે. અન્ય એક કાવ્યસંગ્રહ 'વીજળી વિલાપ'માં ૮૦૦ આસપાસ ઉતારુઓ કહ્યા છે, જેમાં માંડવીથી ૪૦૦ જેટલાં મેટ્રિકનાં વિદ્યાર્થીઓ ઉપરાંત કુલ ૧૩ જાનો અને જાનૈયા ગણ્યાં છે.

જોકે યુનુસ ચીતલવાલાએ વીજળીની વેચાયેલી ટિકિટોના આધારે શોધી કાઢ્યું છે કે તેમાં ૪૩ ફ્રી મેમ્બર્સ મળીને કુલ ૭૪૩ પેસેન્જરો હતા જે પૈકી મોટા ભાગના માંડવી અને દ્વારકાથી ચડ્યા હતા. અહીં ૪૦૦ વિદ્યાર્થીઓનો આંકડો વધુ પડતો છે કેમ કે એ વખતે બહુ ઓછા લોકો મેટ્રિક સુધી ભણી શકતા હતા.

વળી, બોમ્બે પ્રેસિડેન્સીનું પ્રમુખ શહેર અને વહીવટી પાટનગર મુંબઈ હોઈ એ રીતે પણ આ આંકડો વાસ્તવિક લાગતો નથી. જોકે ૧૩ જાનોવાળી વાતમાં તથ્ય છે, કેમ કે દુર્ઘટનાના એક વર્ષ બાદ લખાયેલ 'વીજળી વિલાપ' ગીતમાં પણ આ બાબતનો ઉલ્લેખ જોવા મળે છે.

એ વખતે માંડવી દરિયાઇ સફરનું મોટું કેન્દ્ર હતું. મુંબઈમાં રહેતાં કચ્છીઓ મોટા ભાગે અહીંથી જ મુસાફરી કરતા. રેલવે હજુ આ તરફ પહોંચી નહોતી અને મુંબઈ જવું દરિયાઈમાર્ગે વધુ સરળ હતું.

એ રીતે વીજળીની ઘટનામાં જે જાનોનો ઉલ્લેખ છે તે સાચો લાગે છે, કારણ કે કચ્છ આખામાંથી મુંબઈ તરફ આ રીતે અનેક જાનો જતી હતી. કચ્છથી મુંબઈ તરફ જવા માંગતા લોકોએ અહીંથી જ મુસાફરી શરૂ કરવાની રહેતી

લોકગીતમાં જે ઉલ્લેખ છે તે પૈકી એકેય જાન મૂળ માંડવીની હોય તેવા પુરાવા મળતા નથી. વળી, ઘટના તેર દાયકા જૂની હોઈ વીજળીમાં મૃત્યુ પામેલ વ્યક્તિના પરિવારને શોધવું વધારે મુશ્કેલ છે. છતાં એક વાત ચોક્કસ છે કે એ ૧૩ જાનોના મુસાફરો માંડવીથી જ ચડેલા અને કોઈ બચ્યું નહોતું.

વીજળી માંડવીથી સવારે ૧૧:૦૦ વાગ્યે રવાના થઈ હતી અને સાંજે ૫:૩૦ કલાકે પોરબંદર પેસેન્જર લેવા રોકાઈ હતી, પણ તોફાની હવામાનને કારણે એ વખતના પોરબંદરના ઍડ્‌મિનિસ્ટ્રેટર મિ. લેલીએ કપ્તાનને આગળ ન જવા ફરમાન કર્યું હતું, પણ તેણે વાત કાને ધરી નહીં અને વીજળી આગળ હંકારી મૂકી જેથી દુર્ઘટના ઘટી.

આ વાત પણ ખોટી ઠરે છે, કેમ કે વીજળી જ્યારે પોરબંદર પહોંચી ત્યારે દરિયો તોફાની હતો અને તે બંદરમાં આવી શકે તેમ જ નહોતી. વળી, તોફાન બાબતે કપ્તાનને ન કોઈ એડવાન્સ ચેતવણી આપવામાં આવી હતી, ન પોર્ટ પર કોઈ ભયસૂચક સિગ્નલો ચઢાવાયાં હતાં. આથી બંદરથી દોઢ કિલોમીટર દૂર તે ઊભી રહી હતી કેમ કે દરિયામાં વાવાઝોડાની અસર જમીનની સરખામણીએ ઓછી હતી છતાં બંદરમાં દાખલ થવું જોખમી હતું.

વાવાઝોડું સમીસાંજે સક્રિય થઈ ગયું હતું, પણ એટલું બધું નહોતું કે તેમાંથી સ્ટીમર પસાર ન થઈ શકે. વીજળી પહેલાં જ આગબોટ 'સાવિત્રી' અને અન્ય એક સ્ટીમર 'પાયુમ્બા' તોફાની પવનોમાંથી પસાર થઈ હતી.

આથી પોરબંદરમાં લંગર નાખ્યા વિના માત્ર પાંચ- સાત મિનિટમાં જ તે ત્યાંથી રવાના થઈ ગયેલી જેના કારણે ત્યાંથી ચડનારા ૧૦૦ પેસેન્જરોએ પરત ફરવું પડ્યું હતું અને એ રીતે તેમનો ચમત્કારિક બચાવ થયો હતો. આખી ઘટનામાં લેલી સાહેબની કોઈ ભૂમિકા નહોતી.

ગુણવંતરાય આચાર્યે ૧૯૫૪માં લખેલી તેમની નવલકથા 'હાજી કાસમ તારી વીજળી'ની પ્રસ્તાવનામાં લખ્યું છે કે, બે પેસેન્જરો દ્વારકા ઊતરી જવાથી બચી ગયા હતા. જે પૈકી એક ભગવાનજી અજરામર હતા. તેઓ દ્વારકાના રહેવાસી હતા અને ગોરપદું કરતા હતા. તેમની તબિયત બગડતાં તેઓ દ્વારકા ઊતરી જતાં બચી ગયા હતા,

પણ યુનુસ ચીતલવાલાના સંશોધનમાં આમાંની મોટા ભાગની વિગતો સત્યથી અલગ જણાઈ છે. ખરેખર ભગવાનજીની તબિયત ખરાબ નહોતી થઈ કે ન તો તેઓ ગોરપદું કરતા હતા.

તેમનું ખરું નામ ભગવાનજી રામજી કપટા હતું અને તેઓ ગાયકવાડ રાજઘરાનાના મેતાજી હતા જે બંદરે યાત્રાર્થે આવ્યા હતા. તેમણે સમુદ્ર કિનારે આવેલી 'જામપુરાની છેલ્લી અગાશીએ'થી વીજળીને બારામાં આવતી અને પછી ત્યાંથી વિદાય લેતી જોઈ હતી.

બપોર પછી તોફાન વધી જતાં તેમને તે અંગે ચિંતા થઈ અને ભાળ મેળવવા તેઓ ખુદ દ્વારકાથી 'હિન્દુ' નામની સ્ટીમરમાં પોરબંદર અને ત્યાંથી વેરાવળ પહોંચ્યા હતા, પણ ત્યાં સુધીમાં ઘણુ મોડું થઈ ચૂક્યું હતું.

વીજળીના ગુમ થવાથી આઘાત પામેલા ભગવાનજીભાઈએ એ પછી પોતાની વ્યથા જામનગરના દુર્લભજી શ્યામજી ધ્રુવને કહી. જેના આધારે તેમણે 'વીજળી વિલાપ' નામની કાવ્ય પુસ્તિકા રચી જે વીજળી ડૂબ્યાના એકાદ મહિનામાં જ અમદાવાદના આર્યોદય પ્રેસે પ્રકાશિત કરેલી,

૨૦૧૦માં ધોરાજીના વિદ્વાન સંશોધક યુનુસ ચીતલવાલાએ પુરી કરી આપી. એક દાયકાની મહેનત અને સંશોધન બાદ તેમણે તૈયાર કરેલું પુસ્તક 'વીજળી – હાજી કાસમની' આપણને આખી દુર્ઘટના વિશે સત્ય વાત પુરાવા સાથે આપે છે. આ પુસ્તકનું દસ્તાવેજી મૂલ્ય ઘણુ ઊંચું છે, પણ કમનસીબે આપણે તેમનું સન્માન કરવામાં ઊણા ઊતર્યા છીએ.

છતાં અહીં એક વાત સ્વીકારવી રહી કે વીજળીની દર્દભરી દાસ્તાનને જનજન સુધી પહોંચાડવાનું શ્રેય લોકગીત 'હાજી કાસમ તારી વીજળી રે મધદરિયે વેરણ થઈ..'ને જાય છે. તેમાં તબાહીનું ખૂબીપૂર્વકનું ચિત્રાંકન પણ છે અને સેંકડો લોકો માર્યા ગયાનો માતમ પણ. આ ગીત કોણે અને ક્યારે લખ્યું તેના વિશે ચોક્કસ જાણકારી મળતી નથી,

પણ ચીતલવાલાનો મત છે કે, કોઈ કચ્છીમાડુએ લખ્યું હોવું જોઈએ. કેમ કે તેમાં ભુજ-અંજારનો ઉલ્લેખ આવે છે. એ વખતે મુંબઈમાં કચ્છના લોહાણા, ભાટિયા, મેમણ, ખોજા લોકોની મોટી વસ્તી હતી અને તેઓ લગ્નપ્રસંગે કચ્છથી મુંબઈ દરિયાઈ મુસાફરી કરતાં રહેતાં હતાં.

સાત વિસું માંય શેઠિયા બેઠા પંક્તિ પણ કચ્છના સમૃદ્ધ શેઠોની તરફેણમાં જાય છે. આ લોકગીતમાં સમયાંતરે ઉમેરા થતાં રહ્યા અને આગળ જતાં વીજળીના કેપ્ટનને બદલે આખી વાત તેના એજન્ટ હાજી કાસમ પર આવીને ઊભી રહી ગઈ.

ઈ.સ. ૧૯૧૨માં ટાઈટેનિક ડૂબેલી. તેની માલિક વ્હાઈટ સ્ટાર કંપની દ્વારા તેમાં મૃત્યુ પામનારના પરિવારજનોને વળતર આપવામાં આવેલું, પણ તમને જાણીને આઘાત લાગશે કે, વીજળીમાં મોતને ભેટનાર કોઈને વળતર નહોતું અપાયું, કારણ કે તે આકસ્મિક કુદરતી કારણોસર ડૂબી હોવાનું તારણ આગળ ધરવામાં આવ્યું હતું.

ટાઈટેનિક સાથે અડધા ઉપરાંત ઉતારુઓએ જલસમાધિ લીધેલી. જેનું મુખ્ય કારણ કંપની દ્વારા પેસેન્જરોના બચાવ માટેની અપૂરતી સગવડ અને તૈયારીઓને બતાવાઈ હતી. આ એક જ મુદ્દાએ વ્હાઈટ સ્ટાર કંપનીને કરોડો ડૉલર વળતર ચૂકવવા મજબૂર કરી હતી.

વળતરની રકમ એટલી તગડી હતી કે બોજો ન ખમાતા આખરે કંપની ફડચામાં ગયેલી. વીજળીમાં આનાથી તદ્દન ઊંધું બન્યું. તેના ડૂબ્યા પછી એક મહિના બાદ બોમ્બે પ્રેસિડેન્સીના ગવર્નર લૉર્ડ રેએ ચીફ પ્રેસિડેન્સી મૅજિસ્ટ્રેટ મિસ્ટર સી.પી. ફૂપરના અધ્યક્ષ સ્થાને એક મરિન કોર્ટ ઓફ ઇન્ક્વાયરી બેસાડેલી. ત્રણ સભ્યોની કોર્ટમાં બીજા બે હતા આસિસ્ટન્ટ પોર્ટ ઓફિસર એમ. બિન અને 'સુરત' નામની સ્ટીમરના કેપ્ટન જે.ડી. હોર્ન. ૭ અને ૧૦ ડિસેમ્બર ૧૮૮૮ના રોજ તેની બેઠકો મળેલી.

આ મરિન કોર્ટમાં હાજી કાસમ નૂરમોહમ્મદ સહિતના અલગ-અલગ લોકોએ આપેલી જુબાની પરથી ખ્યાલ આવે છે કે, વીજળી પર માત્ર ચાર લાઈફ-બોટ હતી જે બધાં મુસાફરોને બચાવી શકે તેમ નહોતી. આ એક જ બાબત કંપની વિરુદ્ધ જતી હોવા છતાં મરિન કોર્ટે તેને નજરઅંદાજ કરી હતી અને સરકાર તરફથી પણ એ અંગે કોઈ દલીલ કરાઈ નહોતી.

દરિયાઈ તોફાન વખતે તેમાં ૩૬૫ પેસેન્જરો લઈ જવાની છૂટ હતી, પણ તેમાં મુસાફરોનો આંકડો ક્રૂ સિવાય ૭૦૧ હતો. જો મરિન કોર્ટમાં એવું પુરવાર થાય કે તોફાનના અણસાર છતાં વીજળીમાં વધુ પેસેન્જરો ભર્યાં હતાં તો શેપહર્ડ કંપની મુશ્કેલીમાં મુકાય.

આ બાબતોને જાણી જોઈને અવગણવામાં આવી હતી. આમ થવું સ્વાભાવિક એટલા માટે પણ હતું કેમ કે, કોર્ટની કાર્યવાહી એકતરફી હતી. જુબાની આપનારા મોટા ભાગના કંપનીના જ માણસો હતા.

જેમણે મળીને આખી બાબતનો વીંટો વાળી દીધેલો અને વીજળીમાં મોતને ભેટનારાઓને વળતરના નામે ફદિયું ય મળ્યું નહીં. જો મૃતકના પરિવારોને થોડું વળતર અપાયું હોત તો તેમના પર થયેલા વજ્રાઘાતને થોડો હળવો જરૂર બનાવી શકાયો હોત.

સંદર્ભ : ગુણવંતરાય આચાર્યે ૧૯૫૪માં નવલકથા 'હાજી કાસમ તારી વીજળી', યુનુસભાઈ એમ. ચીતલવાલા 'વીજળી હાજી કાસમની', કવર સ્ટોરી - નરેશ મકવાણાવીજળી હાજી કાસમOn Nov 24, 2018abhiyaanmagazine